സ്വാമി ദർശനം

ജോക്സി ജോസഫ്

കാല ഭൈരവ ശബര്‍ മന്ത്രം

"ഭൈരോന്‍ ഊചികേ ഭൈരോന്‍ കൂടെ ഭൈരോന്‍ ഷോര്‍ മചവേ
മേരേ കെഹ്നാ ന കരേയി തോ കലികാ കാ പൂത് ന കേഹ്വേ ശബ്ദ്
സഞ്ച പുര്‍ഹോ മന്ത്രം ഈശ്വരോ വാച

ഗായത്രി മന്ത്രം

''ഓം ഭൂര്‍ഭുവ: സ്വ:।
തത് സവിതുര്‍വരേണ്യം।
ഭര്‍ഗോ ദേവസ്യ ധീമഹി।
ധിയോ യോ ന: പ്രചോദയാത്॥'

അഷ്ടനാഗ മന്ത്രം

ഓം അനന്തായനമ:
ഓം വാസുകയേ നമ:
ഓം തക്ഷകായ നമ:
ഓം കാര്‍ക്കോടകായ നമ:
ഓം ഗുളികായനമ:
ഓം പത്മായ നമ:
ഓം മഹാപത്മായ നമ:
ഓം ശംഖപാലായ നമ:

ഉള്ളടക്കം

ആമുഖം   vii

മുഖവുര   ix

കടപ്പാട്   xi

അവതാരിക   xiii

    1. സ്വാമി ദർശനം   1

ആമുഖം

ആത്മീയ ഗുരുവിന് ഗുരു സ്തോത്രം

അഖണ്ഡമണ്ഡലാകാരം വ്യാപ്തം യേന ചരാചരം

തത്പദം ദർശിതം യേന തസ്മൈ ശ്രീഗുരവേ നമഃ

അജ്ഞാനതിമിരാന്ധസ്യ ജ്ഞാനാഞ്ജനശലാകയാ

ചക്ഷുരുന്മീലിതം യേന തസ്മൈ ശ്രീഗുരവേ നമഃ

ഗുരുർബ്രഹ്മാ ഗുരുർവിഷ്ണുഃ ഗുരുർദേവോ മഹേശ്വരഃ

ഗുരുരേവ പരംബ്രഹ്മ തസ്മൈ ശ്രീഗുരവേ നമഃ

സ്ഥാവരം ജംഗമം വ്യാപ്തം യത്കിംചിത്സചരാചരം

തത്പദം ദർശിതം യേന തസ്മൈ ശ്രീഗുരവേ നമഃ

ചിന്മയം വ്യാപിയത്സർവ്വം ത്രൈലോക്യം സചരാചരം

തത്പദം ദർശിതം യേന തസ്മൈ ശ്രീഗുരവേ നമഃ

സർവ്വശ്രുതിശിരോരത്നവിരാജിത പദാംബുജഃ

വേദാന്താംബുജസൂര്യോയഃ തസ്മൈ ശ്രീഗുരവേ നമഃ

ചൈതന്യഃ ശാശ്വതഃശാന്തോ വ്യോമാതീതോ നിരംജനഃ

ബിന്ദുനാദ കലാതീതഃ തസ്മൈ ശ്രീഗുരവേ നമഃ

ജ്ഞാനശക്തിസമാരൂഢഃ തത്ത്വമാലാവിഭൂഷിതഃ

ഭുക്തിമുക്തിപ്രദാതാ ച തസ്മൈ ശ്രീഗുരവേ നമഃ

അനേകജന്മസംപ്രാപ്ത കർമബന്ധവിദാഹിനേ

ആത്മജ്ഞാനപ്രദാനേന തസ്മൈ ശ്രീഗുരവേ നമഃ

ശോഷണം ഭവസിന്ധോശ്ച ജ്ഞാപണം സാരസംപദഃ

ഗുരോഃ പാദോദകം സമ്യക് തസ്മൈ ശ്രീഗുരവേ നമഃ

ന ഗുരോരധികം തത്ത്വം ന ഗുരോരധികം തപഃ

തത്ത്വജ്ഞാനാത്പരം നാസ്തി തസ്മൈ ശ്രീഗുരവേ നമഃ

മന്നാഥഃ ശ്രീജഗന്നാഥഃ മദ്ഗുരുഃ ശ്രീജഗദ്ഗുരുഃ

മദാത്മാ സർവ്വഭൂതാത്മാ തസ്മൈ ശ്രീഗുരവേ നമഃ

ഗുരുരാദിരനാദിശ്ച ഗുരുഃ പരമദൈവതമ്

ഗുരോഃ പരതരം നാസ്തി തസ്മൈ ശ്രീഗുരവേ നമഃ

ത്വമേവ മാതാ ച പിതാ ത്വമേവ

ത്വമേവ ബന്ധുശ്ച സഖാ ത്വമേവ

ത്വമേവ വിദ്യാ ദ്രവിണം ത്വമേവ
ത്വമേവ സർവം മമ ദേവ ദേവ
ഹരിഃ ഓം

തന്ത്രി മിഥുൻ നാരായണൻ നമ്പൂതിരിപ്പാട് പാതിരിശ്ശേരി

മുഖവുര

തന്ത്രി താഴ്മണ് മഠം കണ്ഠരര് മഹേഷ് മോഹനര്

മുഖവുര

തന്ത്രി താഴ്മണ് മഠം കണ്ഠരര് മോഹനര്

• x •

കടപ്പാട്

എല്ലാ ഭക്ത ജനങ്ങൾക്കും സമർപ്പിക്കുന്നു.

• xi •

അവതാരിക

സ്വാമി ദർശനം

1

സ്വാമി ദർശനം

ധ്യാനഭാവത്തിൽ കിഴക്കോട്ട് ദർശനമായി യോഗപട്ടാസനത്തിൽ വലതുകയ്യിൽ ചിന്മുദ്രയും ഇടതുകൈ മുട്ടിൽ വെച്ചിരിക്കുന്ന ലൊഹി വിഗ്രഹമാണ് ഇവിടെയുള്ളത്.18 മലകളാൽ ചുറ്റപ്പെട്ട ശബരിമലയിൽ 18 പടി കയറി വേണം സ്വാമി അയ്യപ്പസ്വാമിയെ ദർശിക്കെണ്ടത്. ഭക്തരുടെ സങ്കടങ്ങളും, ദുരിതങ്ങളും കടത്തിലേക്ക് സമർപിച്ച്, സ്വാമിയുടെ പാദം മുതൽ മുഖം വരെ നോക്കി തൊഴുന്നതിനോടൊപ്പം ഭക്തർ സ്വന്തം ആവശ്യങ്ങൾ പറയുന്നു.

താമരമൊട്ടിന്റെ ആകൃതിയിൽ കൈകൾ കൂപ്പിവേണം തൊഴേണ്ടത്.ജഗൽ സൃഷ്ടാവായ ഈശ്വരനു മുമ്പിൽ ഞാൻ ഒന്നുമല്ല, താങ്കളുടെ മുന്നിലും ഒന്നുമല്ല എന്നാണ് നമസ്കാര പദത്തിനർഥം. ഇരുകൈകളും തലയ്ക്കു മുകളിൽ ചേർത്തുപിടിച്ച് ഒരിക്കലും തൊഴാൻ പാടില്ല. കരചലനഃവിവർജ്ജിത എന്നാണ് പ്രമാണം. കൈവിരലുകൾ ഓരോന്നും ഒരേ ദേവതകളെ പ്രതിനിധീകരിക്കുന്നു. തള്ളവിരലിന് അംഗുഷ്ടം എന്നും ചൂണ്ടുവിരലിന് തർജനി എന്നും നടുവിരലിന് മധ്യമ എന്നും മോതിരവിരലിന് അനാമിക എന്നും ചെറു വിരലിന് കനിഷ്ടിക എന്നും സംസ്കൃതത്തിലും താന്ത്രിക ഗ്രന്ഥങ്ങളിലും പറയുന്നു.

ഇതിൽ തള്ളവിരൽ പരബ്രഹ്മത്തെയും ചൂണ്ടുവിരൽ പരാശക്തിയെയും പ്രതിനിധാനം ചെയ്യുന്നു. തള്ളവിരലും ചൂണ്ടുവിരലും ചേർത്ത് ചിന്മുദ്ര പിടിക്കുമ്പോൾ പരബ്രഹ്മവും പ്രപഞ്ചമാതാവും ചേർന്നുള്ള ശിവശക്തി സംയോഗം തന്നെയാണ് അർത്ഥമാക്കുന്നത്. നടുവിരലും മോതിരവിരലും ചെറുവിരലും യഥാക്രമം ത്രിമൂർത്തികൾ ആയ പരമശിവൻ, മഹാവിഷ്ണു, ബ്രഹ്മാവ് എന്നിവരെ പ്രതിനിധീകരിക്കുന്നു.മഹാ വാക്യങ്ങളിൽ വെച്ച് ഏറ്റവും ചെറുതും അതേ സമയം ഏറ്റവും ഗഹനവും ആണ് തത്ത്വമസി എന്ന ഉപദേശ വാക്യം. ഋഗ്വേദത്തിലെ ഛാന്ദോഗ്യോപനിഷത്തിൽ നിന്നാണ് തത്ത്വമസി എടുത്തിട്ടുള്ളത്. ശ്വേതകേതു എന്ന മുനികുമാരന് പിതാവായ ഗുരു ഉപദേശിക്കുന്ന വാക്യമാണ് തത്ത്വമസി.

സ്വാമി ശരണം എന്നാൽ

സ്വാ' എന്ന പദം 'ആത്മ'ബോധത്തെ സൂചിപ്പിക്കുന്നു.

'മ' സൂചിപ്പിക്കുന്നത് ശിവനേയും 'ഇ' ശക്തിയേയുമാണ്. രണ്ടുംകൂടി ചേർന്ന് 'മി' ആകുമ്പോൾ 'ശിവശക്തി' സാന്നിധ്യമാകുന്നു.

ശിവശക്തി മുൻപറഞ്ഞ 'സ്വാ'യോടൊപ്പം ചേർന്നു തീർഥാടകന് ആത്മസാക്ഷാത്ക്കാരം നേടാൻ സഹായിക്കുന്നു.

"ശം " ബീജം ശത്രുസംഹാരം

രേഫം ജ്ഞാനാഗ്നി വാചകം

ണകാരം സിദ്ധിതം ശാന്തം

മുദ്രാ വിനയ സാധനം.

'ശരണം' എന്ന വാക്കിലെ ആദ്യാക്ഷരമായ 'ശ' ഉച്ചാരണ മാത്രയിൽ തന്നെ ശത്രുവിനെ ഇല്ലാതാക്കുന്നതാണ്.

അഗ്നിയെ ജ്വലിപ്പിക്കുന്ന 'ര' എന്ന അക്ഷരം ജ്ഞാനത്തെ സൂചിപ്പിക്കുന്നു.

'ണം' ശബ്ദം ഇതിനെല്ലാറ്റിനും ദൈവികത കൈവരുത്തി ശാന്തി പ്രദാനം ചെയ്യുന്നു.

സ്വന്തമായി തപാൽ പിൻകോഡുള്ള ശ്രീ ശബരിമല അയ്യപ്പൻ. കേരളം 689713 എന്നതാണ് ശ്രീ.അയ്യപ്പ സ്വാമിയുടെ പിൻകോഡ്. സന്നിധാനം തപാൽ ഓഫീസിന്റെ പിൻകോഡാണിത്. വർഷത്തിൽ മൂന്നുമാസം മാത്രമാണ് അയ്യപ്പസ്വാമിയുടെ പിൻകോഡും തപാൽ ഓഫീസും സജീവമായിരിക്കുക. ഉൽസവകാലം കഴിയുന്നതോടെ പിൻകോഡ് നിർജീവമാകും. മണ്ഡല മകര വിളക്ക് കാലത്തു മാത്രമാണ് ഓഫീസിന്റെ പ്രവർത്തനം.സന്നിധാനത്തെ തപാൽഓഫീസിന് പിന്നെയുമുണ്ട് പ്രത്യേകതകൾ. പതിനെട്ടാംപടിയും അയ്യപ്പവിഗ്രഹവും ഉൾപ്പെടുന്നതാണ് ഇവിടുത്തെ തപാൽമുദ്ര. രാജ്യത്ത് മറ്റൊരിടത്തും തപാൽവകുപ്പ് ഇത്തരം വേറിട്ട തപാൽമുദ്രകൾ ഉപയോഗിക്കുന്നില്ല.

അയ്യപ്പഭക്തൻ ശബരിമല ദർശനത്തിന് തയ്യാറെടുക്കുമ്പോൾ അഗ്നിവർണമായ കറുപ്പിനെ അണിയുന്നതിലൂടെ താൻ ഈശ്വരതുല്യനായി മാറുന്നു എന്നാണ് അർത്ഥം. കൊടും തണുപ്പിൽ നിന്ന് അയ്യപ്പൻമാരെ സംരക്ഷിച്ചിരുന്നതും ഈ കറുപ്പ് വസ്ത്രങ്ങളാണ്.41 ദിവസത്തെ മണ്ഡലകാല വ്രതം അനുഷ്ഠിക്കുന്നതിലൂടെ ശനി ദോഷത്തിൽ നിന്ന് ആശ്വാസം ലഭിക്കുമെന്നൊരു വിശ്വാസമുണ്ട്. അതിനു പിന്നിലെ കഥ ഇങ്ങനെയാണ്. ആളുകളെ എന്തിന് ബുദ്ധിമുട്ടിക്കുന്നു എന്ന് ഒരിക്കൽ അയ്യപ്പൻ ശനീശ്വരയോട് ചോദിക്കുകയുണ്ടായി.തന്റെ ധർമമാണ് അത് എന്നായിരുന്നു ശനിയുടെ മറുപടി. ശനിദോഷം ഒരു വ്യക്തിയെ ബാധിക്കുന്നത് ഏഴ് വർഷത്തെ കാലയളവിലേക്കാണ്. 41 ദിവസത്തെ കഠിന വ്രതാ അനുഷ്ഠിക്കുന്നതിലൂടെ ഏഴ് വർഷത്തിനിടയിൽ ശനി നൽകുന്നതിനു സമാനമായ കഠിന ജീവിതത്തിലൂടെയാകും അയ്യപ്പ ഭക്തർ കടന്നു പോവുക. അങ്ങനെയെങ്കിൽ തന്റെ ഭക്തരെ ശനിയുടെ ഉപദ്രവത്തിൽ നിന്നും മാറ്റി നിർത്തണമെന്ന് അയ്യപ്പൻ ആവശ്യപ്പെട്ടു.

പകരം ശനിയുടെ നിറങ്ങളായ കറുപ്പ്, കരിനീല എന്നീ നിറത്തിലുള്ള വസ്ത്രങ്ങൾ ഭക്തർ ധരിക്കുമെന്നും അയ്യപ്പൻ ശനിക്ക് ഉറപ്പ് നൽകിമണ്ഡല വ്രതാനുഷ്ഠാനം.

ശബരിമല ദർശനം ആഗ്രഹിക്കുന്ന ഭക്തൻ 41 ദിവസം മുൻപ് സ്വാമി മുദ്രയണിഞ്ഞ് വേണം വ്രതം ആചരിക്കേണ്ടതാണ്. ആദ്യമായി പോകുന്ന സ്വാമികൾ 51 ദിവസത്തെ വ്രതം ആചരിയ്ക്കണം എന്നൊരു അഭിപ്രായമുണ്ട്. മാതാപിതാക്കളുടെയും, ഗുരുസ്വാമിയുടെയും, പരദേവതയുടെയും അനുവാദവും അനുഗ്രഹവും വാങ്ങി വേണം വ്രതം ആരംഭിക്കുവാൻ. വൃശ്ചികമാസം ഒന്നാം തീയതിയോ, ശനിയാഴ്ച ദിവസമോ, ഉത്രം നക്ഷത്ര ദിനത്തിലോ, ഗുരുസ്വാമിയുടെ അടുത്തു നിന്ന്, കുടുംബക്ഷേത്രത്തിലോ, ശാസ്താ ക്ഷേത്രത്തിലോ വച്ച്, 108 മണികളുള്ള തുളസിമാല (സ്വാമി മുദ്ര)ധരിച്ചു വ്രതം ആരംഭിക്കാവുന്നതാണ്. വ്രതം അവസാനിപ്പിച്ച് തുളസിമാല പൂജാമുറിയിൽ സൂക്ഷിച്ച് അടുത്ത വർഷവും ഉപയോഗിക്കാവുന്നതിൽ തെറ്റില്ല. മുദ്ര ധരിച്ചു കഴിഞ്ഞാൽ പുരുഷനെ സ്വാമി എന്നും സ്ത്രിയെ മാളിക പുറമെന്നും അഭിസംബോധന ചെയ്യുന്നു . സ്വാമിമാരുള്ള വീടിന്റെ ഉമ്മറത്ത് കിണ്ടിയിലെ വെള്ളം കാൽ കഴുകാൻ വയ്ക്കുക പതിവാണ് .ജീവനും ജലവും ശാസ്ത്രീയമായി ബന്ധപ്പെട്ടു നിൽക്കുന്നതിനാൽ, ഉറങ്ങുമ്പോഴും ജലസാന്നിധ്യം സമീപത്തുണ്ടാകണമെന്ന വിശ്വാസം കൂടെയുണ്ട്.

സ്വാമിമാർ കഴിക്കാൻ പാടില്ലാത്ത ഭക്ഷണ സാധനങ്ങൾ

*മുരിങ്ങക്കായ ,ഉഴുന്ന് ,പപ്പായ , ഉള്ളി ,പപ്പടം .

*പഴകിയ ഭക്ഷണം കഴിക്കരുത് .

*വൈകീട്ട് അരവയർ ഭക്ഷണം .

ശബരിമല ദർശനത്തിന്റെ പരമലക്ഷ്യമായ ജീവാത്മാ-പരമാത്മാ സംയോഗത്തിനുള്ള ശാരീരികവും മാനസികവുമായ തയ്യാറെടുപ്പാണ് മണ്ഡലവ്രതാചരണം.

*മുതിർന്ന സ്ത്രികൾ പാകം ചെയ്ത ഭക്ഷണം കഴിക്കുക .

*ഉച്ചയ്ക്ക് മാത്രം അരിയാഹാരം കഴിക്കുക .

* മുദ്ര ധരിച്ചാൽ ഭക്തൻ ശൗചവിധി അനുസരിച്ച് രണ്ടു നേരം കുളിച്ച് ശരണം വിളിക്കണം.രാവിലെ ഏഴര വെളുപ്പിന് മുങ്ങി കുളിച്ച്

ശരണം വിളിക്കണം .

* ശുദ്ധവും മിതവുമായി ഭക്ഷിക്കണം.

*പഴകിയ ഭക്ഷണവും മാംസാഹാരവും പരിപൂർണമായി ഉപേക്ഷിക്കണം. ബ്രഹ്മചര്യ വ്രതം അനുഷ്ഠിക്കണം. *ക്ഷൗരം ചെയ്യുകയോ നഖം മുറിയ്ക്കുകയോ ചെയ്യുവാൻ പാടുള്ളതല്ല. മാനസികമായി പരമാത്മചൈതന്യത്തിലേക്ക് ശ്രദ്ധ തിരിയുവാൻ വേണ്ടിയുള്ള ശാരീരികമായ തയ്യാറെടുപ്പാണ് ഇത്. ഈ ദിവസങ്ങളിൽ കുടുംബാംഗങ്ങളും വ്രതം അനുഷ്ഠിയ്ക്കേണ്ടതാണ്.

*സത്യസന്ധമായി സംസാരിക്കുകയും, എല്ലാ പ്രവർത്തികളും സ്വാമിയിൽ അർപ്പിച്ച് കൃത്യനിഷ്ഠയോടെ ചെയ്യുകയും വേണം. സർവ്വ ചരാചരങ്ങളെയും അയ്യപ്പനായും, താൻ സ്വയം അയ്യപ്പനായും വിഭാവന ചെയ്ത് വേണം സംസാരിക്കുവാനും പ്രവർത്തിക്കുവാനും.

എല്ലാ വാക്കിലും സ്വാമിശരണം എന്ന മുദ്ര ഉപയോഗിക്കണം. മറ്റുള്ളവരെ സ്വാമി എന്ന് അഭിസംബോധന ചെയ്യണം. ഇങ്ങനെ ഭഗവത്ഭക്തിയോടെ ശാന്തനായി ബാഹ്യ ആന്തരിക ശുദ്ധിയെ സമ്പാദിക്കണം. അയ്യപ്പന്മാരുടെ സംഘത്തിൽ കൂടി അയ്യപ്പപൂജ, ഭജന, ആഴിപൂജ ഇവയിൽ സ്വയമേവ പങ്കു കൊള്ളണം.

ഗുരുസ്വാമിയുടെ മാർഗനിർദേശപ്രകാരം ശരണം വിളികളോടെ ആദ്യം കന്നി സ്വാമിമാരും പിന്നീട് മറ്റ്അയ്യപ്പന്മാരുംകെട്ടുനിറയ്ക്കുന്നു.ഇരുമുടിക്കെട്ടിനു രണ്ടു ഭാഗങ്ങളായാണ് കെട്ട് നിറക്കുന്നത്. മുൻകെട്ടും പിൻകെട്ടും.

ലക്ഷണമൊത്ത നാളികേരത്തിൽ ആദ്യം ശുദ്ധമായ നെയ്യ് നിറയ്ക്കുന്നു. ഇതിനു മുദ്ര എന്നാണു സാധാരണയായി പറയാറുള്ളത്. നെയ്യിനെ ജീവാത്മാവായും, നാളികേരത്തിനെ ശരീരമായും സങ്കൽപ്പിച്ചാണു മുദ്ര നിറക്കുന്നത്. അതിനു ശേഷം ഇരുമുടി നിറയ്ക്കുന്നു.

മുൻകെട്ട്

മുൻകെട്ടിൽ ഭഗവാന് അഭിഷേകത്തിനുള്ള നെയ്യ് നിറച്ച നെയ്ത്തേങ്ങായും അവൽ, മലർ, അരി, കർപ്പൂരം, കാണിക്ക, വഴിപാട് സാധനങ്ങൾ, പനിനീർ എന്നിവയും നിറയ്ക്കുന്നു.

മാളികപ്പുറത്തമ്മയ്ക്കുള്ള നേർച്ചയ്ക്കുള്ള മഞ്ഞൾപ്പൊടി, കർപ്പൂരം, പട്ട്, മലർ എന്നിവയും മുൻകെട്ടിലാണ് നിറയ്ക്കുന്നത്.

ആദ്യം വെറ്റില, അടയ്ക്ക, നാണയം, പടിയിൽ അടിക്കാനുള്ള നാളികേരം എന്നിവ ഒന്നിച്ച് ചേർത്തു പിടിച്ച് പരമശിവനെ ധ്യാനിച്ച് അയ്യപ്പന്റെ സാന്നിധ്യം കെട്ടിലേക്ക് ആവാഹിക്കുന്നതായി സങ്കൽപ്പിച്ച് മുൻകെട്ടിൽ വെയ്ക്കണം. പിന്നീട് ഭക്തിപൂർവ്വം മൂന്നു പ്രാവശ്യം കൈ നിറയെ അരി വാരി മുൻ കെട്ടിൽ ഇടണം. അടുത്തതായി വേണം നെയ്യ്‌തേങ്ങ വെക്കാൻ. തുടർന്ന് മറ്റുവഴിപാടു സാധനങ്ങൾ മുൻകെട്ടിൽ വെക്കണം. മാളികപ്പുറത്തും നാഗരാജാവിനും നാഗയക്ഷിക്കു മഞ്ഞപ്പൊടി വിതരാം. മണിമണ്ഡപത്തിൽ ഭസ്മം വിതരണം. അവിൽ, മലർ, കൽക്കണ്ടം, മുന്തിരി, വറപ്പൊടി എന്നിവ കടുത്ത സ്വാമിക്കുള്ള വഴിപാടാണ്. പുകയില കറുപ്പസ്വാമിക്കും, കുരുമുളക് വാവരുസ്വാമിക്കും സമർപ്പിക്കണം. ഉണക്കലെരി, ഉണ്ടശർക്കര, കദളിപ്പഴം, എന്നിവ അയ്യപ്പസ്വാമിക്ക് നിവേദ്യമുണ്ടാക്കാനാണ്. എറ്റവും പ്രധാനം നെയ്യഭിക്ഷേകമാണ്. വഴിപാട് നെയ്യ് ഔഷധം പോലെ മാത്രം ഉപയോഗിക്കുകയും സൂക്ഷിക്കുകയും ചെയ്യും. അഭിഷേകശിഷ്ട നെയ്യ് പൂജാമുറിയിൽ സൂക്ഷിക്കേണ്ടതാണ് .

പിൻകെട്ട്

പഴയ കാലത്ത് പിറകിലുള്ള അറയിൽ സ്വാമിക്കുള്ള ആഹാര ദ്രവ്യങ്ങൾ നിറച്ചിരിന്നു. കൂടതെ ഒന്നിലേറെ നാളികേരങ്ങളും കുത്തരിയുമാണ് നിറക്കുന്നത്. പമ്പാഗണപതി, പതിനെട്ടാംപടി, എന്നിവിടങ്ങളിൽ തേങ്ങ അടിക്കുന്നതിനും മാളികപ്പുറത്ത് തേങ്ങ ഉരുട്ടുന്നതിനുമാണ് ഒന്നിലേറെ തേങ്ങകൾ പിൻകെട്ടിൽ നിറയ്ക്കുന്നത്.

രാത്രി കാലങ്ങളിൽ ഇടത്താവളങ്ങളിൽ ഉപയോഗിക്കുവാനുള്ള പുതപ്പും വിരിപ്പും നന്നായി മടക്കി തലയിൽ വെച്ചു അതിന് മുകളിലാണ് ഇരുമുടി വെയ്കുന്നത്. ഇരുമുടി കെട്ട് ശിരസിൽ ഇല്ലാതെ പതിനെട്ടാം പടി ചവിട്ടുവാൻ ഒരു ഭക്തർക്കും അനുവാദമില്ല. പന്തള രാജ കുടുംബാംഗങ്ങൾക്ക് മാത്രമെ അതിന് അനുവാദമുള്ളൂ.

ശബരിമല യാത്രയ്ക്ക് മുമ്പ് ക്ഷേത്രത്തിൽ വെച്ചോ പൂജാമുറിയിൽ വെച്ചോ ഗുരുസ്വാമിയുടെ സാന്നിധ്യത്തിൽ ഇരുമുടി ശരണമന്ത്ര ഘോഷത്തോടെ ഭക്തിപൂർവ്വം നിറയ്ക്കുന്നു. ഇരുമുടികെട്ടു ശിരസ്സിൽ ആണ് വഹിക്കേണ്ടത്.സ്വാമി ദർശനത്തിനു ശേഷം ഇരുമുടി

കെട്ടിറക്കാം.

കന്നി അയ്യപ്പന്മാർ ചുവന്ന നിറത്തിലുള്ള ഇരുമുടി കെട്ടാണ് ഉപയോഗിക്കേണ്ടത്. മറ്റുള്ളവർക്ക് വെള്ളയോ, നീലയോ, കറുപ്പോ ഉപയോഗിക്കാം. മുൻകെട്ട് ആത്മീയതയെയും പിൻകെട്ട് ഭൗതീകതയെയും പ്രതീകവൽക്കരിക്കുന്നു.

അയ്യപ്പന്മാർ കെട്ടുനിറയുടെ അടുത്ത ദിവസം അതിരാവിലെ കുളിച്ചു സർവ്വപ്രായശ്ചിത്തമായി കെട്ടിൻപുറത്ത് ദക്ഷിണ വച്ച്, ശരണം വിളികളോടെ കെട്ട് താങ്ങി, നാളികേരം ഉടച്ചു ശബരിമല തീർത്ഥാടനം ആരംഭിക്കുന്നു.മുപ്പതിയൊമ്പതാം ദിവസം അതിരാവിലെ അയ്യപ്പന്മാർ ശബരിമലയിലേക്ക് പുറപ്പെടുന്നത്. ചില സ്വാമിമാർ വീടുവീടാന്തരം കയറിയിറങ്ങി ഭിക്ഷയെടുത്തും ,കാൽനടയായും സ്വാമി ദർശനത്തിനെത്തുന്നു.

ഗോത്ര വിഭാഗക്കാരുടെ വ്രതം

ഗോത്ര വിഭാഗക്കാർ കാട്ടുതുളസിയുടെ തണ്ട് ഉരച്ച് ഉണ്ടയാക്കി കാട്ടുവള്ളിയിൽ കോർത്ത് മാലയിട്ട് വ്രതം ആരംഭിക്കുന്നു .പിന്നീടവർ കാടുകളിൽ താമസിച്ച് തേനും ,കായ് കനികളും ഭക്ഷിച്ച് ഈശ്വരനിലെക്ക് അലിയുന്നു. കുളിക്കാനും ,പല്ലു തേക്കാനും ,നഖം മുറിക്കാനും പാടില്ല .ഇരുമുടികെട്ട് നിറച്ച് വനത്തിലൂടെ ഇവർ യാത്ര തിരിക്കുന്നു .വനത്തിൽ ലഭ്യമായ പൂജാ സാധനങ്ങളായിരിക്കും ഇരുമുടി കെട്ടിൽ ഉണ്ടായിരിക്കുക. സ്വാമി ദർശനത്തിനായി അവർക്കു മുമ്പേ നായ കുട്ടി വന്നു ചേരും എന്നാണ് വിശ്വാസം. കറുത്ത നായ കുട്ടിയാണ് വന്നു ചേരുന്നത്. പമ്പയിലെത്തി ചേർന്ന അയ്യപ്പ സ്വാമികൾ സ്നാനം ചെയ്ത് തത്ത്വമസിയെ ദർശിക്കാൻ പതിനെട്ടാം പടി കയറുന്നു. പൂർവികർ പരമ്പരാഗതമായി സമർപ്പിച്ചു പോരുന്ന കാണികയാണ് പുതുതലമുറയും സ്വാമിക്ക് സമർപ്പിക്കുന്നത്.

വൃശ്ചികം ഒന്നു മുതൽ 41 ദിവസങ്ങളിലും, മകരം ഒന്നിന് നടക്കുന്ന മകര സംക്രമ പൂജ വരെയും, ശേഷം മകരം പത്തിന് ഗുരുതി വരെയുമാണ് ശബരിമലയിലെ തീർത്ഥാടന കാലയളവ്. ഈ സമയം കേരളത്തിനകത്തും പുറത്തു നിന്നുമായി തീർത്ഥാടകരുടെ പ്രവാഹമായിരിക്കും ശബരിമലയിലേക്ക്.വൃശ്ചികം ഒന്നിന് ആരംഭിച്ച് ധനു പതിനൊന്നിന് മണ്ഡലപൂജ കഴിയുന്നതോടെ അഞ്ച് ദിവസം നടയടച്ചിടും.മലയാള മാസങ്ങളിലെ ആദ്യത്തെ അഞ്ച് ദിവസങ്ങളിലും

ഇവിടെ നട തുറക്കും. വിഷുക്കണി ദർശനം, നിറപുത്തരി, ചിത്തിര ആട്ടത്തിരുനാൾ, പ്രതിഷ്ഠാദിനം, പൈങ്കുനി ഉത്രം എന്നിവയും ഇവിടുത്തെ മറ്റ് പ്രധാന ആഘോഷങ്ങളാണ്. ധ്യാനത്തിൽ നിന്ന് അയ്യപ്പൻ കണ്ണു തുറക്കുന്ന മകരവിളക്കിനാണ് ആലങ്ങാട് യോഗവും ,അമ്പലപ്പുഴ യോഗവും അലങ്കരിച്ച രഥത്തിൽ ശബരിമലയിൽ എത്തുന്നത്.

സ്വാമിമാർ എരുമേലിയിൽ എത്തി കെട്ട് ഇറക്കി ശാസ്താവിനെ വന്ദിക്കുന്നു. അതിനു ശേഷം "മഹിഷീ നിഗ്രഹ"ത്തിനെ അനുസ്മരിച്ച് "പേട്ടതുള്ളി" (കന്നി സ്വാമിമാർ അമ്പും വില്ലും ,രണ്ടാം വർഷം മലകയറുസ്വാമിമാർ വാളും ,മൂന്നാം വർഷം മലകയറുന്ന സ്വാമിമാർ ഗദയും കൈയിലെന്തു ന്നു) അയ്യപ്പന്മാർ വാവര് നടയിൽ ദർശനം നടത്തി തിരിച്ച് വരുന്നു.

പേട്ടതുള്ളിന് ശേഷം നാളികേരം ഉടച്ചു ഭക്തിയോടെ പൂങ്കാവനം ചവിട്ടി, പേരൂർത്തോട്ടിൽ മലർ തൂകി, അഴുതാ നദിയിൽ കുളിച്ച് കല്ലെടുത്ത്, കല്ലിടാംകുന്നിൽ കല്ലിട്ടു തൊഴുതു, കോട്ടകൾ തോറും കേരബലി ചെയ്തു, വെടിവഴിപാടും കർപ്പൂരാരാധനയും ദാനകർമ്മങ്ങളും ചെയ്തു കരിമല ചവിട്ടി പരമ പവിത്രമായ പമ്പയിൽ പ്രവേശിക്കുന്നു.

അന്ന് അവിടെ താമസിക്കുന്ന സംഘം, പമ്പാതീർത്ഥത്തിൽ മുങ്ങിക്കുളിച്ചതിനു ശേഷം, പിതൃകൾക്ക് "ശ്രാദ്ധബലി" നടത്തി, ഗുരു ദക്ഷിണ ചെയ്ത്, പമ്പാസദ്യയിൽ പങ്കു കൊള്ളുന്നു. പമ്പാ സദ്യയിൽ ഒരില കൂടുതൽ വച്ച് സദ്യ വിളമ്പും അത് സ്വാമി അയ്യപ്പനുള്ളതാണ്.

സദ്യ കൂട്ടിയ 101 അടുപ്പിൽ നിന്ന് ഓരോ തവിചാരം വീതം അരിച്ച് ശുദ്ധമായ പാത്രത്തിൽ ശേഖരിച്ച് , പിറ്റേ ദിവസം രാവിലെ കെട്ടുതാങ്ങി ഗണപതി, നാഗരാജാവ്, പാർവതി, ആദിമൂല ഗണപതി, ഹനുമാൻ, ശ്രീരാമൻ എന്നിവരെ വന്ദിച്ച്, കാണിക്ക അർപ്പിച്ച്, കേര ബലി നടത്തി നീലിമല കയറുന്നു. അപ്പാച്ചിമേട്ടിൽ എത്തുന്ന സംഘം അവിടെ അരിയുണ്ട എറിയുന്നു, ശ്രീരാമൻ ശബരിക്ക് ദർശനം നൽകിയ ശബരീപീഠം വന്ദിച്ച്, ശരംകുത്തിയാൽത്തറയിൽ ശരക്കോലിട്ട്, സന്നിധാനം കണ്ടു വന്ദിച്ച്, പരമ പവിത്രമായ പതിനെട്ടാംപടി ചവിട്ടി ഭഗവാനെ ദർശിക്കുന്നു. സ്വാമിയുടെ നടയിൽ ചെന്ന് 101 അടുപ്പിൽ നിന്നെടുത്ത ചാരം വലതു കൈയിൽ ഒരു

സ്പൂണുകൊണ്ട് എടുത്ത് വച്ച് പരിശുദ്ധമായ ചാരത്തിനു മുകളിൽ കർപ്പൂരം കത്തിച്ച് സ്വാമിയെ ആരതി ഉഴിഞ്ഞ് പ്രാർത്ഥിച്ച് ശുദ്ധ ഭസ്മാക്കി മാറ്റി വീട്ടിലേക്ക് കൊണ്ടുവന്ന് പൂജാമുറിയിൽ സൂക്ഷിക്കുന്നു. പഞ്ചലോഹം കൊണ്ട് തീർത്ത സ്വാമിയുടെ ശ്രീകോവിൽ ഭൂമിയിലെ അത്ഭുതമാണ്. സ്വാമി ആഗ്രഹിക്കുന്ന ഭക്തനെ ലോകത്തിൻ്റെ ഏത് കോണിൽ നിന്നും സന്നിധാനത്തിലെത്തിക്കും എന്നതിൽ തർക്കമില്ലാത്ത സത്യമാണ്!

ഭഗവാൻ സർവജ്ഞ പീഠത്തിലാണ് കുടികൊള്ളുന്നത് , താരകബ്രഹ്മത്തിനെ പൂജിക്കുന്ന ഈ പീഠത്തിനു യോഗ പീഠം എന്നാണു പറയപ്പെടുന്നത്. ഭഗവാൻ ഈ യോഗപീഠത്തിൽ കിഴക്ക് അഭിമുഖമായിട്ടാണ് ഇരിക്കുന്നത്. യോഗപീഠത്തിൽ രണ്ടു കാലും ഊന്നി ദക്ഷിണാമൂർത്തി സമാധിക്ക് ധരിക്കുന്ന ഇടയിറക്ക് എന്ന കച്ച കൊണ്ട് കാൽമുട്ടുകളെ ബന്ധിച്ച്, മണിപൂരക സ്ഥാനം ഊന്നി, ബഹിർഭാഗം നിവർത്തി, തൃക്കൈകൾ അഭയവര മുദ്രയോടെ പരബ്രഹ്മത്തിൽ ലയിച്ച്, അന്തർലക്ഷ്യ ബാഹ്യദൃഷ്ടിയോട് കൂടി കുടി കൊള്ളുന്നു.

സ്വാമി ദർശനത്തിനു ശേഷം, വിരി വച്ച് തലമുടികെട്ടിറക്കി താവളത്തിൽ തങ്ങുന്നു. അത് കഴിഞ്ഞ്, മുദ്രനാളികേരത്തിലെ ജീവാത്മാവായ നെയ്യ് ഭഗവാന് അഭിഷേകം നടത്തി, ജഡമായ നാളികേരത്തെ ആഴിയിൽ അർപ്പിക്കുന്നു. കൂടാതെ പഞ്ചാമൃതം തയ്യാറാക്കി അഭിഷേകം നടത്തുന്നു. അരി, നാളികേരം, ശർക്കര, കൽക്കണ്ടം തുടങ്ങിയവ ഭഗവാന് നേദ്യമായും, കർപ്പൂരവും ഭസ്മവും കർപ്പൂരാഴിക്കു വേണ്ടിയും; വെറ്റില, അടക്ക, കാണിപ്പൊന്ന്, എന്നിവ നടയ്ക്കലും സമർപ്പിക്കുന്നു. മഞ്ഞൾപൊടി നാഗരാജാവിനും; ഭസ്മവും കുരുമുളകും വാവരുസ്വാമിയ്ക്കും; മാളികപ്പുറത്തമ്മയ്ക്ക് മഞ്ഞൾപൊടിയും, കുങ്കുമവും കൊണ്ടുള്ള അഭിഷേകവും കൂടാതെ അവിൽ, മലർ, ശർക്കര, കൽക്കണ്ടം, മുന്തിരി, പഴം എന്നിവ കൂടി സമർപ്പിക്കുന്നു.

മാളികപ്പുറത്ത് ഭഗവതിയുടെ "പാടിയ്ക്കൽ" എന്ന മറ്റൊരു വഴിപാടുണ്ട്. വനവാസികൾ അവരുടെ പ്രത്യേക വാദ്യോപകരണങ്ങൾ ഉപയോഗിച്ച് ദുഷ്ടാത്മാക്കളെയും, അപശകുനങ്ങളെയും, പ്രത്യേക താളത്തിൽ കൊട്ടിപ്പാട്ട് ആലപിച്ച്, ഭക്തരിൽ നിന്ന് അകറ്റുന്നു.

അത്താഴപൂജയ്ക്കു ശേഷം നട അടയ്ക്കുന്നതിനു മുമ്പ് ആലപിക്കുന്ന ഹരിവരാസനത്തിൽ പങ്കെടുത്ത് (ഉറക്ക് പാട്ട്)ഭഗവാനെ വണങ്ങി, അനിർവചനീയമായ ആനന്ദത്തോടെ മടങ്ങുന്നു.

ശൈവ വൈഷ്ണവപുത്രനായ തത്ത്വമസി ധ്യാനത്തിൽ നിന്ന് കണ്ണു തുറക്കുന്ന സമയങ്ങളിൽ കാവലിനായി അച്ഛൻ വിഭാഗകാരും ,അമ്മ വിഭാഗകാരും ശബരിമലയിലേക്ക് വ്രതശുദ്ധിയോടെ ,പൂക്കളാൽ അലങ്കരിച്ച രഥത്തിലേറി നൂറിലധികം ക്ഷേത്ര ദർശനത്തിനു ശേഷം പേട്ടതുള്ളി മലകയറി സ്വാമിയോടൊപ്പം താമസിച്ച് എല്ലാ ചടങ്ങുകളിലും ഒപ്പം നിന്ന് നടത്തി ശബരിമല നടയടച്ചതിനു ശേഷമാണ് ആലങ്ങാട്ട് യോഗവും ,അമ്പലപ്പുഴ യോഗവും പതിനെട്ടാം പടിയിറങ്ങുന്നത്.

അമ്പലപ്പുഴ യോഗം

പുറക്കാട് (ചെമ്പകശ്ശേരി)

'ചെമ്പകശ്ശേരി' എന്നറിയപ്പെടുന്ന പുറക്കാട് യൂറോപ്യൻ രേഖകളിൽ 'പൊർക്ക്' എന്നാണ് രേഖപ്പെടുത്തിയിട്ടുള്ളത്. അമ്പലപ്പുഴ, കുട്ടനാട് എന്നിവയുടെ ഭാഗങ്ങൾ അടങ്ങിയ ചെമ്പകശ്ശേരി (പുറക്കാട്) ദേവനാരായണന്മാർ എന്ന ബ്രാഹ്മണരാജാക്കന്മാരാണ് ഭരിച്ചിരുന്നത്. മഹാമനസ്കരായ ഇവിടത്തെ ഭരണാധികാരികൾ കവികളേയും വിജ്ഞാനദാഹികളേയും, വളരെയധികം സഹായിച്ചു. 'ലന്തക്കാരും (ഡച്ചുകാർ), പറങ്കി (പോർട്ടുഗീസുകാർ)കളും, ഇംഗ്ലീഷുകാരും വന്നതോടെ ചീത്തയായ കലിയുഗം ആരംഭിച്ചുവെന്ന് നളചരിതം തുള്ളൽപാട്ടിൽ പാടിയ കുഞ്ചൻ നമ്പ്യാർ ഇവിടത്തെ ആശ്രിതനായിരുന്നു.

ആകാശത്ത് വട്ടമിട്ട് പറക്കുന്ന പരുന്തിനെ കണ്ടതിന് ശേഷമാണ് അമ്പലപ്പുഴ സംഘം പേട്ട തുള്ളൽ ആരംഭിക്കുന്നത്. അമ്പലപ്പുഴ ശ്രീകൃഷ്ണ ക്ഷേത്രത്തിൽ നിന്ന് ചുറ്റുവിളക്ക് നടത്തി ആചാരങ്ങളോടെ വിഷ്ണുവാഹനമായ ഗരുഡന്റെ രൂപത്തിൽ പേട്ട തുള്ളൽ കാണാനായി മഹാവിഷ്ണു എത്തുന്നു എന്നാണ് പൊതുവെയുള്ള വിശ്വാസം.ഓരോ ഭക്തനും പച്ച, കറുപ്പ്, കുങ്കുമം നിറങ്ങൾ കൊണ്ട് തന്റെ ശരീരം വരയ്ക്കുന്നു. ഗദ, അമ്പ്, വാൾ തുടങ്ങിയ ആയുധങ്ങളാണ് ഭക്തരുടെ കൈവശം.

പേട്ട തുള്ളൽ എരുമേലി കൊച്ചമ്പലത്തിൽ നിന്ന് (ചെറിയ ക്ഷേത്രം) ആരംഭിച്ച് എരുമേലിയിലെ വാവൂര് പള്ളിയിൽ എത്തിച്ചേരും. ഭക്തർ മസ്ജിദ് പ്രദക്ഷിണം ചെയ്യുകയും വഴിപാടുകൾ നടത്തുകയും മാലയും ഏലസും സ്വീകരിക്കുകയും ചെയ്യുന്നു. വാവരെയും കൂട്ടി ഇവർ യാത്ര തുടരുന്നു . എരുമേലി പേട്ട ശ്രീ. ധർമ്മശാസ്താവ് ക്ഷേത്രം ഒപ്പം പേട്ട തുള്ളൽ അവസാനിക്കും.പമ്പയിലെത്തി വിശ്രമിക്കുന്നു.

ആലങ്ങാട് യോഗം

ആലങ്ങാട് അഥവാ 'മങ്ങാട്', ആലങ്ങാട്, അയിരൂർ , ചെങ്ങമനാട്, കോതകുളങ്ങര, മഞ്ഞപ്ര തുടങ്ങിയ പ്രദേശങ്ങൾ ഉൾക്കൊണ്ടതായിരുന്നു. കൊച്ചിയെ എപ്പോഴും സഹായിച്ചിരുന്ന ഈ രാജ്യം ആദ്യകാലത്ത് മങ്ങാട്ടു കൈമളുടെ നിയന്ത്രണത്തിലായിരുന്നു.

തത്ത്വമസി നേരിട്ട് വന്ന് രൂപീകരിച്ച സേനയാണിവർ . ശത്രുരാജ്യത്തെ കീഴടക്കിയ പടയാണ് ആലങ്ങാട് യോഗം. മഞ്ഞപ്രയിലെ പതിനെട്ട് പടികളുള്ള ശിവക്ഷേത്രത്തിലാണ് ഗോള കവും കൊടിയും സൂക്ഷിച്ചിരിക്കുന്നത് ശബരിമല നട തുറക്കുന്ന ദിവസങ്ങളിലും ,എല്ലാ ശനിയാഴ്ചകളിലും ഇവിടെ നട തുറക്കുന്നു.കാർപ്പിള്ളിക്കാവ് ശ്രീ മഹാദേവ ക്ഷേത്രം. കേരളത്തിലെ പടിഞ്ഞാറോട്ട് ദർശനമുള്ള അപൂർവ്വം ശിവക്ഷേത്രത്തിൽ തൊഴുതാണ് ആലങ്ങാട്ട് യോഗം യാത്ര ആരംഭിക്കുന്നത്.

ആലങ്ങാട്ട് സംഘത്തിൽ ഒരു പാട് ഭക്തർ പേട്ട തുള്ളലിനുണ്ട്. അയ്യപ്പഭക്തരുടെ ഈ സംഘം ശുഭ്ര വസ്ത്രം മാത്രമാണ് ധരിക്കുന്നത്. വാലിട്ട് കണ്ണെഴുതി , കൊമ്പൻ മീശ പിരിച്ച് തലയിൽ തുണി ധരിക്കാതെ ഇരുമുടിക്കെട്ടും വയ്ക്കാറുണ്ട്. അവർ 'അയ്യപ്പോ' എന്ന് ജപിക്കുക മാത്രമാണ് ചെയ്യുന്നത്, മറ്റൊന്നുമല്ല.

ആലങ്ങാട്ട് ഭക്തർ ദേഹത്ത് കളഭം ചാർത്തുകയും നട്ടുച്ചക്ക് ആകാശത്ത് ധ്രുവ നക്ഷത്രത്തെ ദർശിച്ച ശേഷം മാത്രം പേട്ട തുള്ളൽ

ആരംഭിക്കുകയയും ചെയ്യുന്നു. വാവർ പള്ളി വലം വച്ചതിനു ശേഷം ഒരു കുല പഴം പള്ളിയിൽ സമർപ്പിച്ച് യാത്ര തുടരുന്നു. യുദ്ധത്തിൽ വിജയിച്ചതിന്റെ സൂചകമായാണ് പേട്ടതുള്ളൽ എന്നാണ് ഐതിഹ്യം. ആലങ്ങോട്ട് യോഗ കാരുടെ കൂടെ സ്വാമി അയ്യപ്പനും ഉണ്ടാകും എന്ന വിശ്വാസത്തിലാണ് ഗോളകയും ,കൊടിയുമായി വലിയമ്പലത്തിൽ പോയി ദീപാരാധന നടത്തി പേട്ട തുടരുന്നു .

പേട്ടതുള്ളുന്ന ഭക്തർ ശരീരത്തിൽ പൂശുന്ന ഭസ്മം ശാരീരികവും മാനസികവുമായ മുറുവുകളെ ഉണക്കി പുതുജീവൻ ഉണർത്തും എന്ന ഐതീഹ്യമുണ്ട്. അന്നത്തെ പടയാളികളുടെ ശരീരത്തിൽ യുദ്ധത്തിലേറ്റ മുറിവ് നിമിഷ നേരം കൊണ്ടാണ് ഉണങ്ങുന്നത്.പമ്പയിലെത്തുന്ന ആലങ്ങോട്ട് യോഗ കാരെ കാത്ത് അമ്പലപ്പുഴ യോഗകാർ പമ്പാനദിക്കരയിൽ വിശ്രമിക്കും.

ഇരുകൂട്ടരും വിരിവച്ച് പമ്പാ സദ്യയെരുക്കും. പിതുകൾക്ക് ബലിയിടും ,പമ്പാ വിളക്ക് നടത്തി പുലർച്ച വരെ പമ്പയെ ഭക്തി സാന്ദ്രമാക്കും. അതിരാവിലെ അമ്പലപ്പുഴ യോഗവും വാവരും ചേർന്ന് പതിനെട്ടാം പടി കയറുന്നു.

ഇവർക്കു പുറകിലായാണ് ആലങ്ങാട്ട് യോഗം പതിനെട്ടാം പടി കയറുന്നത്. അയ്യപ്പനെ തൊഴുത് മണിമണ്ഡപത്തിലെത്തി തൊഴുന്നു. മണിമണ്ഡപത്തിനു പുറകിൽ വിരി വച്ച് വിശ്രമിക്കുന്നു.

കൊടിമരത്തിനരികിൽ വച്ച് ആലങ്ങാട്ട് സംഘവും ,അമ്പലപ്പുഴ സംഘവും കൊണ്ടുവന്ന അരി അളന്ന് ദേവസ്വം ജീവനക്കാരെ ഏൽപ്പിക്കുന്നു.

പന്തിരു നിവേദ്യം പാരമ്പര്യമായി ഉണ്ടാക്കി സ്വാമിക്ക് നിവേദിച്ച് ഭക്തർക്ക് കൊടുക്കുന്നു.

വൃശ്ചികം ഒന്നു മുതൽ 64 ദിവസമാണ് ഇവരുടെ വ്രതം .സ്വാമിയെ അഞ്ചു ദിവസവും എഴുന്നുള്ളിക്കുന്നതിനും ,അഭിഷേകം ചെയ്യാനും , ശ്രീവേലിക്കും കൂടെ നിന്ന് ചടങ്ങുകൾ ആലങ്ങാട്ട് സംഘവും ,അമ്പലപ്പുഴ സംഘവും കൂടെയുണ്ടാകും.

മാളികപ്പുറത്തുനിന്നു 100 മീറ്റർ അകലെയാണ് കുളം. തൊട്ടടുത്ത കുക്കുറുണിയിലാണ് മൃണാളത്തിലൂടെ ഒഴുകിയെത്തുന്ന ജലം ലയിച്ചു ചേരുന്നത്. ശബരിമലക്ഷേത്രത്തിലെ പൂജാരിമാർ ഭസ്മക്കുളത്തിൽ മുങ്ങിക്കുളിച്ചാണ് ശാന്തി നടത്തിയിരുന്നത്. ശാന്തിക്കായി ഉപയോഗിച്ചിരുന്ന പാത്രങ്ങളും മറ്റും വൃത്തിയാക്കുന്നതിനു ഭസ്മക്കുളത്തിനു സമീപം പാത്രക്കുളവുമുണ്ട്. നാലുവശവും കൽപ്പടവുകളാൽ നിർമ്മിതമായതും നടുക്ക് കരിങ്കൽ പാകിയതുമാണ് ഭസ്മക്കുളം.

പഴയ ഭസ്മക്കുളത്തിൽ ഉരക്കുഴി തീർത്ഥത്തിൽ നിന്നുമുള്ള ജലമാണ് എത്തിയിരുന്നത്. ഭസ്മക്കുളത്തിൽ മുങ്ങിക്കുളിച്ച് സന്നിധാനത്ത് ശയനപ്രദിക്ഷിണം നടത്തിയാൽ ആഗ്രഹസാഫല്യം ഉണ്ടാകുമെന്നാണ് വിശ്വസിച്ചുപോരുന്നത്. ഭസ്മക്കുളത്തിൽ കുളിക്കുന്നവർ സോപ്പോ, എണ്ണയോ ഉപയോഗിച്ച് ജലം മലിനപ്പെടുത്താൻ പാടില്ല.

ഭഗവാൻ യോഗനിദ്രയിൽ നിന്നുണരുന്ന മകരവിളക്ക് ലോകപ്രശസ്തമാണ്.

ശബരിമല ക്ഷേത്രത്തിന്റെ മൂലസ്ഥാനം എന്നു വിശേഷിപ്പിക്കുന്ന സ്ഥലമാണ് മണിമണ്ഡപം. ഇവിടെ വെച്ചാണ് അയപ്പ സ്വാമി ശാസ്താ വിഗ്രഹത്തിലോട്ട് പ്രാപിച്ചതെന്നു പറയുന്നു. അയ്യപ്പ സ്വാമിയെ അവസാനമായി കണ്ട സ്ഥലമെന്നും അതല്ല സമാധിയിൽ കുടികൊള്ളുന്ന സ്ഥലമെന്നും പറയുന്ന മണിമണ്ഡപം മാളികപ്പുറത്തമ്മയുടെ ശ്രീ കോവിലിനു പുറകിലായാണ് സ്ഥിതി ചെയ്യുന്നത്.ഉപദേവതയായിട്ടാണ് പ്രതിഷ്ഠ .ശ്രീ കോവിലിനകത്ത് ശ്രീ.അയ്യപ്പനും പുറകിലായി ശ്രീ. മൂല ഗണപതിയെയും പ്രതീഷ്ഠിച്ചിരിക്കുന്നു . മകരവിളക്കിനോടനുബന്ധിച്ചു നടക്കുന്ന കളമെഴുത്തും പാട്ടും നടക്കുന്നത് മണിമണ്ഡപത്തിലാണ്. റാന്നി

കുന്നക്കാട് കുറുപ്പൻമാരാണ് പരമ്പരാഗതമായി ശബരിമലയിൽ കളമെഴുതുന്നത്. മകരം ഒന്നു മുതൽ അഞ്ചു വരെ നടക്കുന്ന കളമെഴുത്തിൽ ബാലകൻ, ,വില്ലാളിവീരൻ, രാജകുമാരൻ, പുലിവാഹനൻ , തിരുവാഭരണവിഭൂഷിതനായ ശാസതാവ് എന്നീ രൂപങ്ങളാണ് കളമെഴുതുന്നത്.

മകര സംക്രമ ദിവസം പൊന്നമ്പലമേട്ടിൽ തെളിയുന്ന മകര ജ്യോതിയോടെയണ് മകരവിളക്ക് മഹോത്സവത്തിന്നു തുടക്കം കുറിക്കുന്നത്. മകരം ഒന്നു മുതൽ അഞ്ചുവരെ നടക്കുന്ന ഈ ഉത്സവം ഉത്തരായന കാലത്തിന്റെ ആരംഭത്തിലാണ് നടക്കുന്നത്. ആദ്യ നാലു ദിവസങ്ങളിലും മണി മണ്ഡപത്തിൽ നടക്കുന്ന കളമെഴുത്തും അതിനോടനുബന്ധിച്ചു പതിനെട്ടാമ്പടി വരെ നടത്തുന്ന വിളക്കെഴുന്നെള്ളിപ്പുമാണ് മകരവിളക്ക് എന്നു പറയുന്നത്. അഞ്ചാം ദിവസം നടക്കുന്ന വിളക്കെഴുന്നെള്ളിപ്പ് ശരംകുത്തിയാൽ വരെ എഴുന്നെള്ളുന്നു. ജീവസമാധിയിലോട്ടക്കിയ ഭഗവാനെ കൊമ്പൻ മീശയോടു കൂടിയ തിരുമുഖമുള്ള തിടമ്പിലോട്ട് ആവാഹിച്ചാണ് മകരം അഞ്ചിനു നടക്കുന്ന വിളക്കെഴുന്നെള്ളിപ്പിനു എഴുന്നെള്ളിക്കുന്നത് എന്നത് പ്രധാന പ്രത്യേകതയാണ്. പന്തളം കൊട്ടാരത്തിൽ നിന്നു കൊടുത്തയക്കുന്ന തിരുവാരണപ്പെട്ടികളിൽ പ്രധാനമാണ് വീരയോദ്ധാവിന്റെ തിരുമുഖമുള്ള തിടമ്പ് . സംക്രമ ദിവസത്തെ ദീപാരാധനക്കു മുമ്പായി തിരുവാഭരണപ്പെട്ടികൾ സന്നിധാനത്ത് എത്തിച്ചേരുകയും പ്രധാന ആഭരണപ്പെട്ടി ശ്രീ കോവിലിലേക്കും മറ്റു രണ്ടുപെട്ടികൾ മണിമണ്ഡപത്തിലുമാണ് വയ്ക്കുന്നത്. അഭിഷേകപ്പെട്ടിയെന്നും കൊടിപ്പെട്ടി യെന്നും അറിയപ്പെടുന്ന തിരുവാഭരണപ്പെട്ടികളിൽ പ്രധാനപ്പെട്ടതാണ് തലപ്പാറ മലയേയും ഉടുമ്പാറ മലയേയും പ്രതിനിധീകരിക്കുന്ന കൊടികളും കുടകളും. തലപ്പാറമലയുടെ വിജയക്കൊടിക്ക് ചുവപ്പ് മുത്തുക്കുടയും ഉടുമ്പാറ മലയുടെ വിജയ കൊടിക്ക് കറുത്ത മുത്തുക്കുടയുമാണ് വക്കുന്നത്. രണ്ടു കൊടികളുടേയും അകമ്പടിയോടെയാണ് അയ്യപ്പ സ്വാമി ശരംകുത്തിയിലേക്ക് എഴുന്നെള്ളുന്നത്.

വർഷം തോറും ധനു മാസം 28-നു തിരുവാഭരണ ഘോഷയാത്ര പന്തളത്തുനിന്നും പുറപ്പെടുന്നു.പരമ്പരാഗത തിരുവാഭരണപാതയിലൂടെ യാത്ര ചെയ്ത് ഘോഷയാത്ര

ശബരിമലയിൽ എത്തിച്ചേരുന്നു. പതിനെട്ടാംപടിക്കു മുകളിൽ വെച്ച് സ്വീകരിക്കപ്പെടുന്ന തിരുവാഭരണങ്ങൾ ചാർത്തിയാണ് അന്നു വൈകുന്നേരത്തെ ദീപാരാധന.

പെട്ടി ഒന്ന്

തിരുമുഖം, പ്രഭാമണ്ഡലം, വലിയ ചുരിക, ചെറിയ ചുരിക, ആന, കടുവ, വെള്ളികെട്ടിയ വലംപിരിശംഖ്, ലക്ഷ്മീ രൂപം, പൂന്തട്ടം, നവർതനമോതിരം, ശരപ്പൊളിമാല വിളക്കുമാല, മണിമാല, എറുക്കും പൂമാല കഞ്ചമ്പരം.

പെട്ടി രണ്ട്.

കലശത്തിനുള്ള തൈലക്കുടം, പൂജാപാത്രങ്ങൾ.

പെട്ടി മൂന്ന്

കൊടിപെട്ടി, നെറ്റിപ്പട്ടം , ജീവത, കൊടികൾ, മെഴുവട്ടക്കുട,

മകരസംക്രമപൂജ

ദക്ഷിണായനത്തിൽനിന്നും ഉത്തരായണത്തിന്റെ തുടക്കം കുറിച്ച് സൂര്യൻ ധനു രാശിയിൽനിന്നും മകരം രാശിയിലേക്ക് മാറുന്ന മുഹൂർത്തത്തിലാണ് സംക്രമപൂജ നടക്കുക. തിരുവിതാംകൂർ രാജവംശത്തിന്റെ കവടിയാർ കൊട്ടാരത്തിൽനിന്നും പ്രത്യേക ദൂതൻ വഴി കൊണ്ടുവരുന്ന അയ്യപ്പ മുദ്ര യിലെ നെയ്യാണ് സംക്രമവേളയിൽ അഭിഷേകം ചെയ്യുക.

മകരവിളക്ക് മഹോത്സവത്തിന്റെ അഞ്ചാം ദിവസമാണിത് നടക്കുന്നത്. മണിമണ്ഡപത്തിൽ നിന്നും ഭഗവാന്റെ എഴുന്നെള്ളിപ്പിനു മാളികപ്പുറത്തെ എഴുന്നെള്ളിപ്പ് എന്ന് പറയുന്നു. അതാണ് മാളികപ്പുറത്തമ്മയുടെ എഴുന്നെള്ളിപ്പായി തെറ്റിദ്ധരിക്കപ്പെട്ടത്. ശരംകുത്തിയിൽ ചെന്നു നായാട്ടുവിളി നടത്തിയശേഷം അയപ്പ സ്വാമി മണിമണ്ഡപത്തിലേക്കു മടങ്ങുന്നു .തിരിച്ചുള്ള യാത്രയിൽ തീ പന്തങ്ങൾ അണച്ച് വാദ്യമേളങ്ങൾ ഇല്ലാതെയാണ് പോകുന്നത്. അയ്യപ്പസ്വാമി യുടെ ശരംകുത്തിയിൽ നിന്നുള്ള എഴുന്നെള്ളപ്പിൽ ഭൂതഗണങ്ങളും മലദൈവങ്ങളും അനുഗമിക്കുന്നു എന്നാണ് വിശ്വാസം. അതുകൊണ്ടാണ് മേളങ്ങളും വിളക്കുകളും ഇല്ലാത്തത്. ശബരിമലയിലെ മകരവിളക്കുത്സവത്തിന്റെ സമാപനം കുറിച്ചു തന്റെ ഭക്തരെ യാത്രയാക്കുക എന്ന സങ്കല്പമാണ് ശരംകുത്തിയിലോട്ടുള്ള എഴുന്നെള്ളിപ്പ്ന്റെ പിന്നിലുള്ളത് . അയ്യപ്പൻ തൻറെ ശരങ്ങളും

ആയുധങ്ങളും ശരംകുത്തിയിൽ ഉപേക്ഷിച്ചിട്ടാണ് ശബരിമലയിൽ യോഗനിദ്രയിലേക്കു പ്രവേശിച്ചത് എന്നു ഐതീഹ്യങ്ങൾ പറയുന്നു

ശബരിമലയിൽ നടക്കുന്ന അത്യപൂർവമായ ഒരു ചടങ്ങാണ് നായാട്ടു വിളി. പദ്യരൂപത്തിലുള്ള അയ്യപ്പ ചരിതമാണ് നായാട്ടുവിളി എന്നറിയപ്പെടുന്നത്. ശബരിമലയിലും പെരുനാട് കക്കാട് കോയിക്കൽ ക്ഷേത്രത്തിലും നായാട്ടു വിളി നടക്കുന്നു. ശബരിമലയിൽ ചാർത്തുന്ന തിരുവാഭരണം പുറത്തൊരു ക്ഷേത്രത്തിൽ ചാർത്തുന്നത് പെരുനാട്ടിലെ ശാസ്താ ക്ഷേത്രത്തിലാണ്. തിരുവാഭരണം കൊണ്ടുള്ള മടക്കയാത്രയിൽ മകരം ഏഴിനാണ് പെരുനാട്ടിൽ തിരുവാഭരണ ദർശനം നടക്കുന്നത്. ഇവിടെ നിന്നുകൊണ്ടാണ് പന്തളം രാജാവ് ശബരിമലയിൽ ക്ഷേത്രം പണിതത് എന്നു ഐതീഹ്യങ്ങൾ പറയുന്നു. പണ്ട് മകരവിളക്ക് ഉത്സവം ആദ്യത്തെ അഞ്ചു ദിവസം ശബരിമലയിലും പിന്നീടുള്ള അഞ്ചു ദിവസത്തെ ഉത്സവം പെരുനാട്ടിലുമായിരുന്നു നടത്തിയിരുന്നതെന്നു പറയപ്പെടുന്നു.

അഞ്ചാം ദിവസത്തെ എഴുന്നുള്ളിപ്പ് ശരംകുത്തി വരെ പോയി തിരിച്ചു വരുമ്പോൾ വിളക്കണെച്ച് ഭൂതഗണങ്ങളുടെ അകമ്പടിയോടെ തിരിച്ചെത്തുന്നു.

അടുത്ത ദിവസം ഗുരുസി കഴിച്ച് ഉപചാരം ചൊല്ലി പിരിയുന്നു. വ്രതാനുഷ്ഠാനങ്ങളാണ് ഇക്കൂട്ടർ അനുഷ്ഠിക്കുന്നത്.

മണ്ഡലകാലം പിറന്നാൽ ശബരിമലയോടടുത്ത് കിടക്കുന്ന ക്ഷേത്രങ്ങളിൽ ഗുരുതി നിർത്തിവയ്ക്കുന്നതായിരിക്കും.

പിറ്റേ ദിവസം നാൽപ്പത്തിയൊന്നിന് രാവിലെ ഉരക്കുഴി തീർത്ഥത്തിൽ കുളിച്ച് ശുഭ്ര വസ്ത്രം ധരിച്ച്, ഭഗവാനെ ദർശിച്ച് കാണിയ്ക്ക സമർപ്പിച്ച് നാളികേരം ഉടച്ച് പടിയിറങ്ങുന്നു.

ഭക്തിയോടെ പൂജാമുറിയിൽ ചെന്ന് തുളസി മാല അഴിച്ച് വ്രതം അവസാനിപ്പിക്കുന്നു.

ഹരിവരാസനം അയ്യപ്പന്റെ ഉറക്കുപാട്ടായി അംഗീകരിക്കപ്പെട്ടു എന്നും പറയപ്പെടുന്നു.

അയ്യപ്പന്റെ രൂപഭാവങ്ങളെ വർണ്ണിക്കുന്ന ഹരിവരാസനം ആദിതാളത്തിൽ, മധ്യമാവതി രാഗത്തിൽ, സംസ്കൃത പദങ്ങളാൽ ചിട്ടപ്പെടുത്തപ്പെട്ട പതിനാറ് പാദങ്ങളാണ്. അതിൽ ഏഴുപാദം മാത്രമാണ് ശബരിമല ശാസ്താവിനെ ഉറക്കുവാൻ നട തുറന്നിരിക്കുന്ന

ദിവസങ്ങളിൽ രാത്രി 10.55 ന് പാടാറുള്ളത്.

ഹരിവരാസനം വിശ്വമോഹനം
ഹരിദധീശ്വരം ആരാദ്ധ്യപാദുകം
അരിവിമർദ്ദനം നിത്യനർത്തനം
ഹരിഹരാത്മജം ദേവമാശ്രയേ
ശരണമയ്യപ്പാ സ്വാമി ശരണമയ്യപ്പാ
ശരണമയ്യപ്പാ സ്വാമി ശരണമയ്യപ്പാ
ശരണകീർത്തനം ശക്തമാനസം
ഭരണലോലുപം നർത്തനാലസം
അരുണഭാസുരം ഭൂതനായകം
ഹരിഹരാത്മജം ദേവമാശ്രയേ
ശരണമയ്യപ്പാ സ്വാമി ശരണമയ്യപ്പാ
ശരണമയ്യപ്പാ സ്വാമി ശരണമയ്യപ്പാ
കളമൃദുസ്മിതം സുന്ദരാനനം
കളഭകോമളം ഗാത്രമോഹനം
കളഭകേസരി വാജി വാഹനം
ഹരിഹരാത്മജം ദേവമാശ്രയേ
ശരണമയ്യപ്പാ സ്വാമി ശരണമയ്യപ്പാ
ശരണമയ്യപ്പാ സ്വാമി ശരണമയ്യപ്പാ
ശ്രിതജനപ്രിയം ചിന്തിതപ്രദം
ശ്രുതിവിഭൂഷണം സാധുജീവനം
ശ്രുതിമനോഹരം ഗീതലാലസം
ഹരിഹരാത്മജം ദേവമാശ്രയേ
ശരണമയ്യപ്പാ സ്വാമി ശരണമയ്യപ്പാ
ശരണമയ്യപ്പാ സ്വാമി ശരണമയ്യപ്പാ
ശരണമയ്യപ്പാ സ്വാമി ശരണമയ്യപ്പാ
ശരണമയ്യപ്പാ സ്വാമി ശരണമയ്യപ്പാ

ശുഭം

ശബരിമലയിലെ പ്രധാന വഴിപാടുകളാണ് :

പടിപൂജ

ഉദയാസ്തമന പൂജ

ഗണപതി ഹവനം

നിത്യപൂജ

നെയ്യഭിഷേകം

പുഷ്പാഭിഷേകം

ഉഷ:പൂജ

ലക്ഷാർച്ചന

സഹസ്രകലശം

സഹസ്രനാമാർച്ചന

മുഴുക്കാപ്പ്

ശയനപ്രദക്ഷിണം

അഷ്ടാഭിഷേകം

നീരാജനം

അപ്പവും അരവണയും

മുദ്രയും വടിയും

ഉടയാട സമർപ്പണം

തുലാഭാരവും അടിമയും മാളികപ്പുറത്തമ്മയ്ക്ക് നാളികേരം ഉരുട്ടൽ

ഭഗവതിസേവ

പുഷ്പാഞ്ജലി, പായസം, പട്ട് ചാർത്തുക, ത്രിമധുരം, പട്ടും താലിയും നടയ്ക്ക് വയ്ക്കുക എന്നിവയാണ് മറ്റ് വഴിപാടുകൾ.

താമരമൊട്ട് മാല അണിയിച്ച് സ്വാമിയോട് പറയുന്ന കാര്യങ്ങൾ സ്വാമി പ്രത്യേകം കേൾക്കും.

ശബരിമലയിലെ പ്രസാദം പോസ്റ്റലായി വരുത്തിക്കുന്നതും പുണ്യമാണ്.

നന്ദി

പി.എം.കൃഷ്ണവാര്യർ

സുരേഷ് വാര്യർ
മുരുകൻ ആചാരി